DATE:

DATE: ____________________

DATE: ___________________

DATE: ____________________

DATE: ____________________

DATE: ____________________

DATE: ____________________

DATE: ____________________

DATE: ___________________

DATE: ______________

DATE: ____________________

DATE: ___________________

DATE: ________________

DATE: ____________________

DATE: ___________________

DATE: ____________________

DATE: ____________________

DATE: ____________

DATE: ____________________

DATE: ____________________

DATE: ____________________

DATE: ____________________

DATE: ____________

DATE: ______________

DATE: ____________________

DATE: ____________________

DATE: ____________

DATE: ________________

DATE: ____________________

DATE: ________________

DATE: ____________________

DATE: ____________________

DATE: ______________

DATE: ___________________

DATE: ____________________

DATE: ____________

DATE: ____________________

DATE: ____________________

DATE: ____________________

DATE: ___________________

DATE: ____________________

DATE: ____________________

DATE:

DATE: ___________________

DATE: ______________

DATE: ______________

DATE: ____________________

DATE: ____________________

DATE: ____________________

DATE: ______________

DATE: ___________________

DATE: ___________________

DATE: ____________

DATE: ____________

DATE: ___________________

DATE: ___________________

DATE: ____________

DATE: ______________________

DATE:

DATE: ________________

DATE: ____________________

DATE: ____________

DATE: ______________

DATE: ___________________

DATE:

DATE: ____________

DATE: ____________________

DATE: ______________

DATE: ____________________

DATE: ______________

DATE: ____________________

DATE: ___________________

DATE: ____________

DATE: ______________

DATE: ____________

DATE: ____________________

DATE: ____________

DATE: ____________________

DATE: ____________________

DATE: ________________

DATE: ____________________

DATE: ___________________

DATE: ____________

DATE: ____________________

DATE: ____________

DATE: ____________________

DATE: ____________________

DATE: ____________________

DATE: ___________________

DATE: ____________________

DATE: ____________________

DATE: ____________________

DATE: ____________________

DATE: ____________

DATE:

DATE: ____________________

DATE: ____________________

DATE: ______________

DATE: ____________________

DATE: ____________________

DATE: ____________________

DATE: ____________________

DATE: ___

DATE: ______________

DATE: ______________

DATE: ____________________

DATE: ____________________

DATE: ___________________

DATE: ____________________

DATE: ____________________

DATE: ___________________

DATE: ____________________

DATE: ____________________

DATE: ____________________

DATE: ____________________

DATE: ________________

DATE: ______________________

DATE: ____________________

DATE: ______________________

DATE: ______________________

Made in the USA
Middletown, DE
04 November 2026

36544052R00070